SAU CÙNG RỒI CŨNG ĐƯỢC BÌNH AN

PEACE AT LAST

Jill Murphy

Vietnamese translation by
Hoai Chau

Ingham Yates

For
Daniel
Celia and
Min

First published 1980 by
MACMILLAN CHILDREN'S BOOKS
A division of Macmillan Publishers Limited
London and Basingstoke
Text and illustrations copyright © Jill Murphy
This dual language edition published 1990 by INGHAM YATES
Rudgwick, Horsham, West Sussex, RH12 3DE, England
Vietnamese text © Ingham Yates Limited
Vietnamese translation by Hoai Chau. Vietnamese checked by Nguyen T
Edited by Jennie Ingham

Reprinted 1993

ISBN 1 870045 23 8

Printed in Belgium

Đêm đã khuya.

The hour was late.

Gấu Cha đã mệt,
Gấu Mẹ đã mệt
và
Gấu Con đã mệt,
nên cả nhà đi ngủ.

Mr. Bear was tired,
Mrs. Bear was tired
and
Baby Bear was tired,
so they all went to bed.

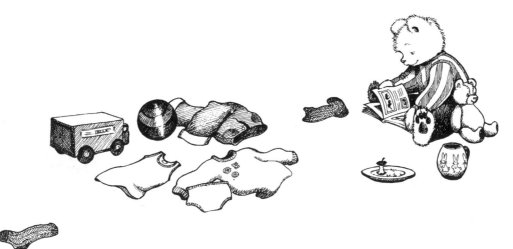

Gấu Mẹ đã ngủ.
Gấu Cha thì chưa.

Mrs. Bear fell asleep.
Mr. Bear didn't.

Gấu Mẹ bắt đầu ngáy.

"KHÒ," Gấu Mẹ ngáy, "KHÒ, KHÒ, KHÒ."

"ÔI!" Gấu Cha nói,

"Tôi KHÔNG thể nào chịu được cái CẢNH này nữa."

Rồi Gấu Cha đứng dậy và đi sang ngủ bên phòng Gấu Con.

Mrs. Bear began to snore.
"SNORE," went Mrs. Bear,
"SNORE, SNORE, SNORE."
"Oh, NO!" said Mr. Bear,
"I can't stand THIS."
So he got up and went
to sleep in Baby Bear's room.

Gấu Con cũng vẫn chưa ngủ.

Cậu ta đang nằm trên giường giả làm máy bay.

"Ù . . . Ù . . . Ù!" Gấu Con kêu, "Ù . . . Ù . . . Ù!"

"ÔI!" Gấu Cha than,

"Tôi KHÔNG thể nào chịu được cái CẢNH này nữa."

Vì thế Gấu Cha vùng dậy và sang ngủ trong phòng khách.

Baby Bear was not asleep either.

He was lying in bed pretending to be an aeroplane.

"NYAAOW!" went Baby Bear, "NYAAOW! NYAAOW!"

"Oh NO!" said Mr. Bear, "I can't stand THIS."

So he got up and went to sleep in the living-room.

TÍCH TẮC . . . đồng hồ trong phòng khách
tiếp tục chạy . . . . TÍCH TẮC, TÍCH TẮC.
KÍNH COONG! KÍNH COONG!
"ÔI!" Gấu Cha than,
"Tôi KHÔNG thể nào chịu được cái CẢNH này nữa."
Thế nên Gấu ta bỏ đi vào ngủ trong bếp.

TICK-TOCK . . . went the living-room
clock . . . . TICK-TOCK, TICK-TOCK.
CUCKOO! CUCKOO!
"Oh NO!" said Mr. Bear,
"I can't stand THIS."
So he went off to sleep in the kitchen.

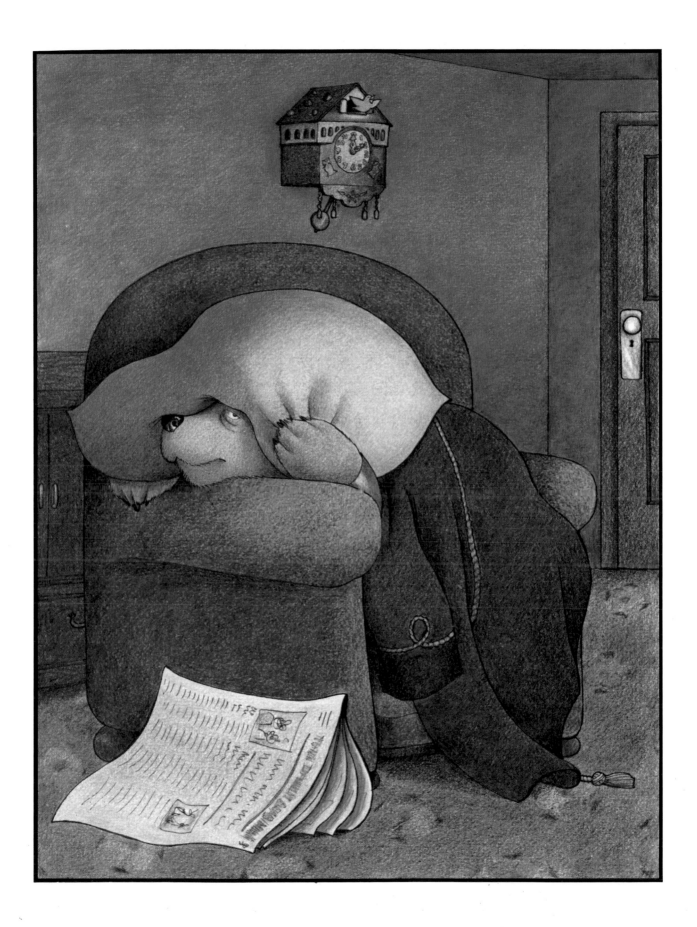

TÍ TÁCH . . .   Vòi nước trong bếp đều đều nhỏ giọt.
Ì . . . Ì . . . Ì . . . Ì . . .   cái tủ lạnh đều đều chạy.
"ÔI!" Gấu Cha than,
"Tôi KHÔNG thể nào chịu được cái CẢNH này nữa."
Thế nên Gấu Cha đứng dậy đi ra ngủ ngoài vườn.

DRIP, DRIP . . . went the leaky kitchen tap.
HMMMMMMMMMM . . . went the refrigerator.
"Oh NO!" said Mr. Bear, "I can't stand THIS."
So he got up and went to sleep in the garden.

Này, bạn không tin là ngoài vườn
có những tiếng động gì trong lúc ban đêm ư.
"TU-HUÝT-TU-HÚ!" con cú rúc.
"KHỤT KHỊT, KHỤT KHỊT," con nhím kêu.
"MEEEOOO!" những con mèo ca hát trên tường.
"ÔI!" Gấu Cha than,
"Tôi KHÔNG thể nào chịu được
cái CẢNH này nữa."
Thế rồi Gấu Cha bỏ đi tìm giấc ngủ trong chiếc xe hơi.

Well, you would not believe what noises
there are in the garden at night.
"TOO-WHIT-TOO-WHOO!" went the owl.
"SNUFFLE, SNUFFLE," went the hedgehog.
"MIAAAOW!" sang the cats on the wall.
"Oh, NO!" said Mr. Bear, "I can't stand THIS."
So he went off to sleep in the car.

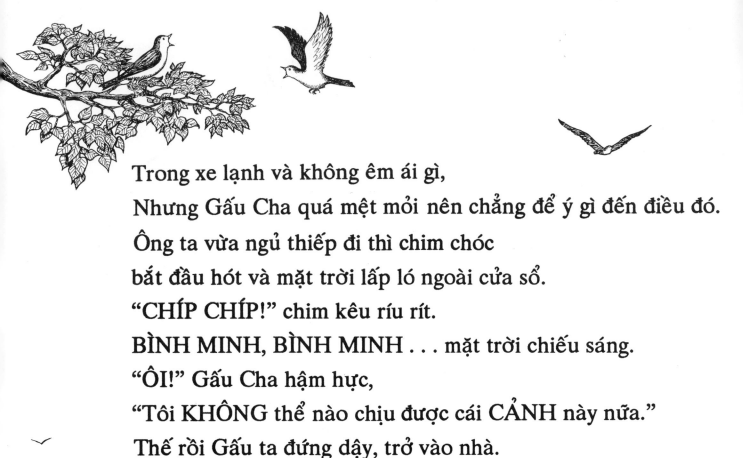

Trong xe lạnh và không êm ái gì,

Nhưng Gấu Cha quá mệt mỏi nên chẳng để ý gì đến điều đó.

Ông ta vừa ngủ thiếp đi thì chim chóc

bắt đầu hót và mặt trời lấp ló ngoài cửa sổ.

"CHÍP CHÍP!" chim kêu ríu rít.

BÌNH MINH, BÌNH MINH . . . mặt trời chiếu sáng.

"ÔI!" Gấu Cha hậm hực,

"Tôi KHÔNG thể nào chịu được cái CẢNH này nữa."

Thế rồi Gấu ta đứng dậy, trở vào nhà.

It was cold in the car and uncomfortable,

but Mr. Bear was so tired that he didn't notice.

He was just falling asleep when all the birds

started to sing and the sun peeped in at the window.

"TWEET, TWEET!" went the birds.

SHINE, SHINE . . . went the sun.

"Oh NO!" said Mr. Bear, "I can't stand THIS."

So he got up and went back into the house.

Trong nhà Gấu Con đã ngủ ngon,
và Gấu Mẹ đã xoay nghiêng người đi
và không còn ngáy nữa.
Gấu Cha vào giường nằm, nhắm mắt lại.
"Rút cục rồi mình cũng được bình an,"
Gấu ta tự bảo với mình như vậy.

In the house, Baby Bear was fast asleep,
and Mrs. Bear had turned over
and wasn't snoring any more.
Mr. Bear got into bed and closed his eyes.
"Peace at last," he said to himself.

LENG KENG! LENG KENG! chuông đồng hồ báo thức reo,
LENG KENG!
Gấu Mẹ ngồi dậy và dụi mắt.
"Chào mình, cưng," bà hỏi : "Mình ngủ có ngon giấc không?"
"Cũng không ngủ gì được nhiều cho LẮM, mình ạ, "
Gấu Cha ngáp dài.
"Cũng chẳng sao," Gấu Mẹ nói.
"Tôi sẽ mang lại cho mình một ly trà ngon."

BRRRRRRRRRRRRR! went the alarm-clock, BRRRRRR!
Mrs. Bear sat up and rubbed her eyes.
"Good morning, dear," she said. "Did you sleep well?"
"Not VERY well, dear," yawned Mr. Bear.
"Never mind," said Mrs. Bear.
"I'll bring you a nice cup of tea."

Và bà ta đã làm đúng như vậy.

And she did.